Milet Publishing
Smallfields Cottage, Cox Green
Rudgwick, Horsham, West Sussex
RH12 3DE England
info@milet.com
www.milet.com
www.milet.co.uk

First English–Vietnamese edition published by Milet Publishing in 2013

Copyright © Milet Publishing, 2013

ISBN 978 1 84059 803 2

Original Turkish text written by Erdem Seçmen
Translated to English by Alvin Parmar and adapted by Milet

Illustrated by Chris Dittopoulos
Designed by Christangelos Seferiadis

Printed and bound in Turkey by Metro Basım Hiz. A.Ş., March 2023

My Bilingual Book

Sight
Nhìn

English–Vietnamese

Milet

How do we see colors on a butterfly's wings?

Chúng ta thấy màu sắc trên cánh bướm như thế nào?

Let's think about how we see things . . .

Hãy nghĩ đến việc chúng ta thấy mọi thứ như thế nào . . .

Our eyes show us everything, like faces,

Mắt chúng ta cho chúng ta thấy mọi thứ, như những khuôn mặt,

colors, actions, places . . .

màu sắc, hành động, nơi chốn . . .

Giraffe has a coat of brown spots on yellow.

Con hươu cao cổ có các đốm nâu trên nền vàng.

Watch him bend to say hello!

Hãy xem nó cúi chào!

Our eyes can show our feelings.

Mắt chúng ta có thể biểu lộ cảm xúc của chúng ta.

We see Panda's eyes are smiling.

Chúng ta thấy mắt chú Gấu Trúc đang cười.

To see, we need more than our eyes.

Để thấy, chúng ta không chỉ cần có mắt.

We need light at night to help us spy.

Chúng ta còn cần có ánh sáng vào ban đêm để có thể nhìn thấy được.

Owl can see in a different way.

Con cú nhìn theo cách khác.

Even in the dark, he can spot his prey.

Ngay cả vào ban đêm, nó cũng có thể phát hiện ra con mồi.

Seeing through glasses? Now I'm perplexed!

Nhìn qua kính? Bây giờ tôi lúng túng!

When our eyes need help, we give them specs!

Khi mắt chúng ta cần được trợ giúp, chúng ta đo mắt!

Tears are not only for sad or happy,

Nước mắt không chỉ rơi khi buồn hay vui,

they help keep our eyes moist and healthy.

chúng còn giúp giữ ẩm và bảo vệ mắt ta.

Our eyelids spread our tears when we blink,

Lông mi giúp phân tán nước mắt khi chúng ta chớp mắt,

and we use them to sleep and to wink!

và chúng ta dùng lông mi khi ngủ và để nheo mắt!

We close our eyes when we're asleep in bed,

Chúng ta nhắm mắt khi ngủ trên giường,

but in our dreams, we may see orange, green, red . . .

ng trong giấc mơ, chúng ta có thể thấy các màu cam, xanh lá, đỏ . . .